எண்ணுவது உயர்வு
எண்ணுவது உயர்வு

முனைவர் ப. விக்னேஸ்வரி

Copyright © Dr.p.vigneshwari
All Rights Reserved.

This book has been published with all efforts taken to make the material error-free after the consent of the author. However, the author and the publisher do not assume and hereby disclaim any liability to any party for any loss, damage, or disruption caused by errors or omissions, whether such errors or omissions result from negligence, accident, or any other cause.

While every effort has been made to avoid any mistake or omission, this publication is being sold on the condition and understanding that neither the author nor the publishers or printers would be liable in any manner to any person by reason of any mistake or omission in this publication or for any action taken or omitted to be taken or advice rendered or accepted on the basis of this work. For any defect in printing or binding the publishers will be liable only to replace the defective copy by another copy of this work then available.

பொருளடக்கம்

முன்னுரை

எம்மொழிக்கும் மூத்தவளே! எம்மொழியாய் வாய்த்தவளே! செம்மொழியாய் மொழிகளுக்குள் செம்மாந்திருப்பவளேஎன் அன்னைத் தமிழே உன்னை வணங்குகின்றேன். குழந்தை-யின் வார்த்தையை மொழிபெயர்க்க தெரிந்த தகுதியான ஒரேஆள் அக்குழந்தையின் தாய்மட்டுமே. உணர்வறியும் நாவிலிருந்து வருவதாலோ என்னவோ சொற்களுக்கும் சுவைஇருக்கிறது. கசப்பென்றும் இனிப்பென்றும். ஊசியின் காதுகளில்நூல் நுழைந்தால்தான் ஆடைகளின் கிழிசல்க-ளைதைக்க முடியும். மனிதனின்காதுகளில்நல்லநூல்கள்நு-ழைந்தால்தான்மனதில்உள்ளகிழிசல்களைதைக்கமுடியும். கவிதைவரிகள்படைத்தஅனைவருக்கும்மனம்நிறைந்தவாழ்த்-துக்கள்.

அப்பா

அன்பை அடிமனதில்
பதுக்கி வைத்துள்ள
சேமிப்பு பெட்டகம்....
அப்பா என்றால்
வலிமை, நம்பிக்கை என்ற
வார்த்தைக்கு பொருள்
புரிய வைத்தவன்...
ஆக்கத்தின் ஆணிவேராய்
ஊக்கத்தின் ஊன்றுகோலாய்
எட்டுத்திக்கும் புகழ்
பரந்து விரிந்து வரவேண்டும் என்று
ஆசைப்படும் என்ரசிகன்...
தனக்கெனஉழைக்காத உழைப்பாளி
தான் பார்க்க உலகை
தன்மகன்காண வேண்டும் என்று
துடிக்கும் விஞ்ஞானி....
வயிற்றில் சுமந்த தன்மார்பில்
சுமக்கும் சுமைதாங்கி....
விலைமதிப்பற்ற பொக்கிஷம்.....
இந்த உலகிற்கு
என்னை அறிமுகம் செய்தவர்...

தந்தை என்றசொல்லுக்கு
இணை உண்டோ இவ்வையகத்தில்.... .

1. திருக்குவளை மண்ஈன்றெடுத்த தட்சிணாமூர்த்தி

அகிலம்ஆளும் பைந்தமிழ் போர் கருவியாய்
அஞ்சுகம் அம்மையார் வயிற்றில்
வளர்த்த கவிச் செல்வம்
முத்துவேல் தோளில் சுமந்த தமிழ்க்கனல்
தாய்மொழி மீது நரம்பில்
தமிழ்க் குருதி கொண்டு
திருக்குவளை மண்ஈன்றெடுத்த
தட்சிணாமூர்த்தி.....
நினைவலைகள் தொட்டுச் செல்லும்
தூய அன்புள்ளம்....
ஏற்றமிகு வாழ்வை முன்னெடுத்துச் செல்லும்
தன்னிகரில்லாத் தலைவன்
பகுத்துண்டு பல்லுயிர் ஓம்பி
கோவையில் செம்மொழி மாநாட்டின் தலைவன்
தலைவன்பண்புகளின் ஊற்றுக் கண்ணாடி
கலைமகள் அருள் பெற்ற அவதாரம்....
ஒலிக்கும் மங்கா விளக்கே
மொழி வளம் இயற்கை வளம்
மக்கள் நலம் என அனைத்தும்
உன் பொறுப்பில்
அரசுகள் ஆயிரம் வந்தாலும்
புதுமை சிறப்பு பெற்ற பல பெற்றாலும்

திட்டம் ஆயிரம் மனதில் வைத்து
திறமைகளை இங்கு
பலரை வளர்த்தாலும் புல்லுருவிகளை
புறம்தள்ளி புறப்பட்டு புது
உலகைப் படைத்திட்டஉதயசூரியன் ......
உதிக்கட்டும் ஒலிக்கட்டும் திசைதோறும்
முழங்கட்டும் தமிழிலில் எழுச்சியுறும்
தன்மான உணர்ச்சி
மனித மாண்பு காத்திடவே மாண்புமிக்க
மானிடனாய் திராவிடம் காத்தவனே
நீடூடி வாழ்க மீண்டுவா
தமிழகத்தை மீட்டெடுக்க வா •••..

3.யாதும் ஊரே யாவரும் கேளீராய்

பிறப்பொக்கும் எல்லா உயிர்க்கும் என்ற
ஓர் அடிப்படை உயிரியல் உண்மையை
வள்ளுவர் வாழ்வியல் விழுமியமாக கருதிய
நற்கருத்தை உள்ளத்தில் ஊக்கமுடன் ஏற்றிடுவோம்
பிறப்பினால் உயர்வு தாழ்வு பார்க்கும்
மண்ணில் சமூகச் சூழலில் அய்யனின்
அமுதமொழி முத்தாகவும் சத்தாகவும் உள்ளது
இவ்வாசகம் நிராயுதபாணியின்
ஆயுதமாக அச்சாரமாக
அன்பினால் தழைத்தோங்கி

ஆற்றலுடன் வாழ்வோம்
இன்ப வாழ்வு வாழ இயலாமையை
ஈகை கொண்டு விரட்டிடுவோம் மண்ணில்
உண்மை உள்ளத்துடன்
உயர்வான எண்ணத்துடன்
ஏணியாய் தோணியாய் ஓங்கு புகழ்
நிலையடைய ஒய்யாரமாய்
உழைத்து வழிகாட்டியாய்
ஔசதமின்றி வாழ்வு பெற்று மகிழ்வோம்
யாதும் ஊரே யாவரும் கேளீராய்

3.கயல்விழிப் பார்வை

அன்னை தந்திட்ட உடலில்
ஆண்டவன் படைத்த அரும்பெரும் பரிசானவளே
இயற்கை எழிலை வானவில்லின் அழகை
மழலையின் மத்தாப்புச் சிரிப்பை
மதியின் அழகை படம்பிடிக்கும்
மாசற்ற புகைப்படக் கருவியே....
உள்ளங்களைப் படமெடுக்கும்
படச்சுருளே எண்ணங்களுக்கு
வண்ணம் தீட்டிய
எழில்மிகு தேவதையே...
ஒற்றைப் பார்வையால்
அகத்தை மதிப்பிடும்
மாமருந்தானவளே
மகத்துவமானவளே..
விண்ணும் மண்ணும்
நீயில்லையெனில்.....

4. பார் போற்றும் பாரதி

அன்னை காளியின் அருமை மைந்தனே
அறம்பாட வந்த அக்னி புத்திரனே
ஆர்கடலும் ஒலி எழுப்பும் நின்பெயரை
இன்னமுதாய் கவிதை படைத்து
ஊக்கமுடன் உலாவிய முண்டாசுக் கவி...
எழுத்தறிவிக்க கலைமகளால்
அனுப்பப்பட்ட அவதாரம்...
ஏங்குவோர்க்கு உரிமைக்குரல் கொடுத்த
எட்டையபுரத்து எஜமானன்...
மீசைக்கவிஞர் பத்திரிக்கையாளர் எழுத்தாளர்
பன்முகம் கொண்டு கறுப்பு
அங்கிக்குள்ளிருந்ததேசியகவியே
தேமதுரத் தமிழோசையை
சுதந்திரக்காற்றை காட்டுத்தீயாய்
சுதந்திர கனலாய் அனலாய்
கவிதை படைத்து பிஞ்சு நெஞ்சங்களில்
இலட்சிய நெருப்பை
பற்றவைத்த சூரியனே....
உயிர்களிடம் அன்புகாட்டி
ஊருக்கு நல்லறம்
நீதி நேர்மை தைரியத்தை ஊட்ட
கடவுளால் அனுப்பப் பட்ட
இறை தூதுவனே...
எண்ணங்களை உயர்வாக்கிய
எட்டையபுரத்து அரிமா
ஏறுபோல் நடந்து ஐ ம்பொறிகளை இயக்கி

ஒற்றுமை உணர்வை
தேசப்பற்றை மொழிப்பற்றை
மக்கள் மனதில் விதைத்திட்ட புரட்சியாளனே....
ஓங்கு புகழ் ஞானத்தால்
தாய்மொழியை யாமறிந்த
மொழிகளிலே தமிழ்மொழி போல்
இனிதாவது எங்கும் காணோம் என்று
தமிழ்மொழிக்கு புகழ் சேர்த்த பெருந்தகையே....
அஞ்சாமல் வாழ்ந்த அக்னிப் பறவையே
வையத்தலைமை கொண்டு
தமிழாலும் தமிழுக்காகவும்
வாழ்ந்த மகானே நீயில்லாது மொழியில்லை
உன்னால் வையத்தில்
தமிழுணர்வில்லாத மனிதருமில்லை
சிந்தனை உரத்தால்
சீர்மிகு விடுதலைக்கு
செந்தமிழ் பாட்டால் எழுச்சி
நீர் பாய்ச்சிசெந்தமிழ் பாக்களை
தீச்சுடராய் வடித்தசிற்பியே
காலத்தால் உறங்கிய பின் கண்டெடுத்த சொத்தே
தமிழ்மண் ஈன்றெடுத்த
நற்பெருங் கவியே
தீட்டிய கவியால்
சாதிமத இனபேதம்
ஓட்டிய பாரதிக்கு நிகர்
உண்டோ புவிதனில்....

    5. உனக்கானசிறகை நீயே விரி

அன்பைப் பொழியும்
அட்சய பாத்திரம்
கருணை வாழ்வின்
கற்பகவிருட்சம்
ஆரமுதாய் உருவானநித்திலம்
ஆக்கத்திற்குஅடித்தளமிடும்அன்பரசி_
தன் இன்பத்தை மட்டும்
உணராத இல்லத்தரசி
ஈகை குணம் படைத்த எழிலரசி
உள்ளொன்று வைத்து
புறம் பேசாதஉத்தமியாய்
ஏணியாய்எளிமையின்சின்னமாய்
எழில் பெற்றசோலையாய்
ஏக்கங்களைத்தேக்கங்களாக்கி
ஏணியாய் பிறர் நலம் விரும்பியே.......
ஐயம் களையும்அமுதமாய்
ஔவை சொன்ன தையலாய்
ஓங்கு புகழ் பெற்ற சிகரமாய்
ஔசதமின்றி வாழ வழி
வழிகாட்டும் மருத்துவராய்
மண்ணுக்குள் மறைந்து இருக்கும்
வேர் போல ஒவ்வொரு ஆணின்
வெற்றிக்குப் பின்னால் மறைந்திருக்கும்
மனையறத்தின்வேரே....
மாசில்லாவீணையே
ஆசிரியராய் எழுத்தாளராய் வீர மங்கையாய்
கருவாகிஉயிராகி உணர்வாய் தாயாய்

தோழியாய் பன்முகம் கொண்ட
பராசக்தியே அகிலமும் நீதான்.......
உனக்கானசிறகை நீயே விரி
வெற்றியின் முகவரி விருதுகளாய்
உன்னை வந்தடையும்....
இமயம் உயரமுமல்ல இருக்கும்
எவையும்துயரமும் அல்ல.....

6. தன்னம்பிக்கை

மனிதா இதுவும் கடந்து போகுமென்று
முயற்சி செய்யாமல் இருந்து விடாதே
பதடியாகிவிடும் உன்_ வாழ்க்கை ...
ஞமலிபோல் விரித்திடு
உன் லட்சிய சிறகை
உலகமே உன்னை அறியும்படி....
மனமே கலுழ் என்னும்
காலனைத் துரத்து
பிரபஞ்சமே மிகச்சிறிய
அணுவுள் இருக்கையிலே....
எல்லா மூங்கில்களும் பு
ல்லாங்குழல் ஆவதில்லை
துமுலத்தை தூர வை....
அழகிய வாழ்க்கை வண்ணமயமான
வாழ்வை மாறல் கொள்....
திணிசு என்னும் அரக்கனை இந்த
தரணியிலே இல்லாமல் ஆக்கிவிடு .....
பலுக்கு உன் வாழ்க்கையே பாழாகிவிடும்
பகட்டில்லாமல் பயணம் செய்...

தீரத்துடன் முன்னேறு
இமயம் உயரமும் அல்ல
இருக்கும் எதுவும் துயரமும் அல்ல .....
உன் கவலைகளை துவளிதம் செய்
தன்னம்பிக்கை என்ற
தாரக மந்திரத்தால்.....
உன் ஆறாம் விரல்
தேசு வாகட்டும்
புதிதாய் ஐந்தாம் வேதம் படை...
நீ முரம்பு தடைகள் வந்தாலும்
படிக்கற்களாக மாற்றி விடுவாய் ...
மதியின் சிகரமே சிந்தனையைப்
பெருக்கு வெற்றி பாதையை
வகுத்து ஒச்சமாய் வாழ்....

7. நான்வீழ்வேனென்றுநினைத்தாயோ

இறைவன் நியதியில் நிரந்தரமானது _ மலை
நான் போன்றவள் மலை...
உயர்ந்த எண்ணங்களைச் சுமப்பவள்
ஏற்றம் என்பது இறைவன் வழங்கும் பரிசு
இறக்கம் என்பது இறைவன் செய்யும் சோதனை
இரண்டையும் தராசை போல் எதிர்கொள்கிறேன்.....
வீழ்ச்சியில் கலக்கமும்
எழுச்சியில் மயக்கமும் கொள்ளாமல்
பகுத்தறிவு சிந்தனையோடு
வெற்றியை நோக்கி நகர்ந்து கொண்டிருக்கிறேன்....
வெற்றியை நோக்கி நகர்வதே
வாழ்வை நோக்கிய என் பயணம்......

ஜனனம் தகப்பனின் படைப்பு
மரணம் ஆண்டவனின் அழைப்பு
இடைப்பட்ட வாழ்வை அரிதாரம் பூசாத
நடிப்பாய்யிருக்க தாதாசாகிப்பால்கே
விருதும் பெற்றுவிட்டேன்...
பட்டங்கள் பல பெற்றாலும்
பகட்டில்லாமல் பயணம்...
சரஸ்வதியின் கைப்பிடித்து
அறிவென்னும் அனுபவக் கல்வியை
நந்தா விளக்கின் சுவாலைகளாய்
சுடர் விட்டுக் கொண்டிருக்கிறேன்.....
எத்தனை தடைகள் வந்தாலும்
படிக்கற்களாக மாற்றி விடுவேன்
ஏழ்மை என்பது இறைவனால் நிர்ணயிக்கப்பட்ட அல்ல
நம்மால் தீர்மானிக்கப்படுவது
நான் வான் நோக்கி என் சிறகுகளைச்
சிலாகித்துக் கொண்டிருக்கிறேன்...
அனைத்தையும் கடந்து வெற்றித்தடம்
பதிக்க விரைந்து கொண்டிருக்கிறேன்...
வெற்றி என்ற வெளிச்சத்தை
நோக்கி நகர்ந்து கொண்டிருக்கிறேன் ...
நான் நிரந்தரமானவன் அல்ல
நான் அருவி விழுந்தாலும்
என் பயணம் இலக்கை
நோக்கியதாகவே ஓடிக்கொண்டிருக்கும்
நான் வீழ்வேனென்று நினைத்தாயோ.....

       8.சித்திரையேநிலவே

சித்திரையே சீர்மிகு சித்திரையே நீ
நித்திரை களைய வருக வருகவே...
முக்கனி சுவையாய் முக்கியத்துவம் வாய்ந்த
முத்தான மாதமானவளே
முழு நிலவானவளே...
மக்கள் மனதில் புத்துணர்ச்சி மகிழ்ச்சியையும்
உண்டாக்க வா உள்ளன்போடு வா..
மாபெரும் சாதனையும்
சாகசமும் செய்திடவும்
இத்தரையில் ஜொலிக்க
வா ஜொலிக்க வா
நல்லோர் வாழ்வில்
விடியலாய் கலங்கரை விளக்கமாய்
பொல்லாங்கு செய்பவர்களை பொசுக்க வா
தீ நுண்கிருமியை
சுட்டெரிக்க நீ சுடர்
ஒளியாய் வருகவே விரைவில் வருகவே...
மழலையின் மனதில்
மகிழ்ச்சியையும்
கனவுகளோடு காத்திருக்கும் இளைஞர்கள்
வாழ்வில் இன்பத்தை ஈந்திட வா
துள்ளித்திரியும் குழந்தைகளின்
வாழ்வில் குதூகலத்தை கொண்டுவா
சிரமங்களை களையவே சீர்படுத்த வா
சீர்மிகு சித்திரையே வருக வருகவே
எதிர்நீச்சல் போடும் ஏழைகளின்
வாழ்வில் விடியலாய்

கொன்றை மலர் போலே
அனைவர் மனதையும்
கவரும் பக்குவத்தை சொல்லித் தர வா
பௌர்ணமிக்கு இலக்கணமாய்
பௌவியமாய் இருப்பவளே..
இத்தரையில் சித்திரையே வருக வருகவே..

9:ஏர்பிடிக்கும்இன்பம்

அகில விழித்தெழக் காரணம்
ஆதவன் வருகை புரிவதினால்....
சூரியன் உதிக்கும் முன்னே
சேற்றில் கால் வைத்து...
கையிலே பிடித்து
கம்பீரமாக செல்பவன் விவசாயி...
உயிர் கொடுப்பவன் இறைவன் ...
உணவு கொடுப்பவன் உழவன்...
நிலத்தைத் தேர்வு செய்து நித்தமும்
நெற்றி வியர்வை நிலத்தில் விழ..
நீர் பாய்ச்சி அறுவடை செய்து
கதிர் அறுத்து களத்துமேட்டில் வைக்கும்
கலங்காத உள்ளம் படைத்த காவியத்தலைவன்..
விளைநிலத்தின் உயிர்நாடி அவர்கள்
உறங்கினால்நாம் நாடோடிகள்
நாட்டின் முதுகெலும்பு
நம் விவசாயிகள்.... விவசாயிகள்
விதைகளை நிலத்தில் மட்டும் தூவட்டும்...
நாம் குழந்தைகள் மனதில்
விவசாயம் பற்றியஅறிய

விதைகளை விதைப்போம்.
.. உணவின்றி உயிர்வாழ இயலாது...
இறைவனை போற்றிப் புகழ்வோம் அதுவே...
நம் தலைமுறைக்கு அழகு
உழவோர் என மக்களால் போற்றிடும்
விவசாயிகள் இருக்கும் வரை
நாடே நலன் பயக்கும்.....

10. எண்ணுவது உயர்வு

எண்ணுவது உயர்வாக இருந்தால்
நம் வாழ்க்கை
திண்ணமாகவும்
வண்ணமயமானதாகவும் இருக்கும் ...
வாழ்க்கை கற்றுக் கொள்வதில்
குழந்தை போல் இருக்க வேண்டும் ...
குழந்தைக்கு அவமானம்
வெகுமானம் தெரியாது ...
விழுந்தவுடன் எழுந்து
திரும்பவும் நடப்பது போல
நிறைவான வாழ்க்கை என்பது
இன்பத்தைப் போலவே
துன்பத்தையும் ஏற்றுக்கொண்டு
எதார்த்தமாக வாழ்வதே...
ஆசைப்படுவதற்குத்
தகுதி தேவையில்லை
அடைவதற்கான தகுதியைப்
உருவாக்கிக் கொள்....
தயங்கும் இடம் மட்டுமே

தடைகளாகத் தெரியும்..
துணியும் இடமெல்லாம்
தடைகள் தூசிகளாய்த் தெரியும் ..
பிறரின் உணர்வுகளை மதிப்பவன்
பிறர் மனங்களை தொடுகிறான்...
மீதிப்பவன் தன்னையே அழிக்கிறான் ...
தொடர்ந்து முயன்று கொண்டே இருங்கள்
முடியாதவை கூட இலகுவாக முடிந்துவிடும் ...
முயற்சியின் தொல்லை தாங்காமல் ....
அவசரத்தில் தவறான
முடிவை எடுப்பதை விட
நிதானமாக சரியான முடிவை எடுப்பதே
அறிவார்ந்த செயல் ஒருவருக்கு பிறரை
எதிர்க்கும் ஆற்றல் இருந்தாலும் அவர் செய்யும்
பிழைகளைப் பொறுத்துக் கொள்பவனே
உயர்ந்த மனிதன்
சூழ்நிலைகளை விளக்கிக் கூறி
நேரத்தை வீணடிக்காதே...
நம்மை புரிந்தவருக்கு தானாகப் புரியும்...
புரியாத அவருக்கு எப்போதும் புரிவதில்லை...
எல்லாம் தெரியும் என்று சொல்பவர்களைவிட
என்னால் முடியும் என்று முயற்சிபவரே
வாழ்வில் ஜெயிக்கிறார்கள்
ஜொலிக்கிறார்கள் ....
மனம் திறந்து பேசுவதற்கு
மனிதர்களை சம்பாதியுங்கள்..
மனம் நிறைந்து வாழ்வதற்கு வழி கிடைக்கும்..

விட்டுக்கொடுப்பது வாழ்க்கைக்கு நல்லது...
விடாமல் முயற்சிப்பது
வாழ்வதற்கு நல்லது ..
உறவுகள் படர்வதற்கு
மனங்களை சம்பாதித்தால்
தொடர்வதற்கு வருகின்ற துயரங்கள்...
தொடுவதற்கு பயந்து
வழிவிடுவதற்கு வழிதேடும்..
வெற்றிக்காகப் போராடும் போது வீண் முயற்சி
என்கின்ற உலகம்
நாம் வெற்றி பெற்ற பின்
விடாமுயற்சி என்றுஉரைக்கும்
வண்ணம் இல்லையென்றால்
வானவில்லுக்கு அழகில்லை
நல்ல எண்ணம் இல்லை என்றால்
வாழும் வாழ்க்கைக்கு பயனில்லை...

11.அகிலமது விழித்தது கதிரவன் உதித்ததனால் ,
ஆ வினங்கள் ஒலியெழுப்பி
ஆரவாரம் செய்தனவே |
இ லையசைவில் தென்றல்வந்து
நடைபயின்று சென்றதனால் ,
ஈ டற்ற இன்னிசையை
புள்ளினங்கள் இசைத்தனவே |
உ ழவரெல்லாம் கலப்பையேந்தி
கழனிநோக்கி நடந்ததனால் ,
ஊ க்கமுடன் மங்கையரும்

உதவிடவே சென்றனரே I
எ ருதினங்கள் ஏர்பூட்டி
உழவுசெய்ய சேற்றில் கால்வைக்க
விரைந்ததனால் ,
ஏ ற்றப்பாட்டும் , நடுகைப்பாட்டும்
எங்கணுமே ஒலித்தனவே |
ஐ ந்திணையில் அருமையான
மருதமது செழித்ததனால் ,
ஒ ற்றுமையாய் பயிர்விளைத்தோர்
உற்சாகமாய் திரண்டனரே |
ஓ ரணியாய் உழைத்துயிங்கு
நல்விளைச்சல் கிடைத்ததனால் ,
ஔ வியமின்றி அகமகிழ்வு
கொண்டிங்கு வாழ்த்துகின்றார்

11.வாழ்க்கை

மனிதா இதுவும் கடந்து போகுமென்று
முயற்சி செய்யாமல் இருந்து விடாதே
பதடியாகிவிடும் உன்_ வாழ்க்கை ...
ஞமலிபோல் விரித்திடு
உன் லட்சிய சிறகை
உலகமே உன்னை அறியும்படி....
மனமே கலுழ் என்னும் காலனைத் துரத்து
பிரபஞ்சமே மிகச்சிறிய
அணுவுள் இருக்கையிலே....
எல்லா மூங்கில்களும்
புல்லாங்குழல் ஆவதில்லை
துமுலத்தை தூர வை....

அழகிய வாழ்க்கை வண்ணமயமான
வாழ்வை மாறல் கொள்....
திணிசு என்னும் அரக்கனை இந்த
தரணியிலே இல்லாமல் ஆக்கிவிடு .....
பலுக்கு உன் வாழ்க்கையே பாழாகிவிடும்
பகட்டில்லாமல் பயணம் செய்..
தீரத்துடன் முன்னேறும்
இமயம் உயரமும் அல்ல
இருக்கும் எதுவும் துயரமும் அல்ல .....
உன் கவலைகளை துவளிதம் செய்
தன்னம்பிக்கை என்ற தாரக மந்திரத்தால்.....
உன் ஆறாம் விரல் தேசு வாகட்டும்
புதிதாய் ஐந்தாம் வேதம் படை...
நீ முரம்பு தடைகள் வந்தாலும்
படிக்கற்களாக மாற்றி விடுவாய் ...
மதியின் சிகரமே சிந்தனையைப்
பெருக்கு வெற்றி பாதையை
வகுத்து ஒச்சமாய் வாழ்....

12. தலைமைப் பண்பு

அன்பின் ஆறாம் திணை
அண்டம் ஆளும் தலைமையின் ஊற்று...
ஆற்றல் என்ற சொல்லின்
அருந்தமிழ் புதல்வன்
ஆக்கத்தின் இருப்பிடம்
வற்றாத நதியாய் நீவீர்....
தமிழரின் வீரம்
தமிழரின் எழுச்சி நாயகனே..

தமிழரின் தன்மானம்
தமிழரின் அடையாளமே
வீரத்தின் விளைநிலமே...
சூழ்நிலைகளைப் புரட்டிப் போட்டு
சுயசரிதம் படைத்துக் கொண்டிருப்பவரே.....
பேராற்றலின் இலக்கணம்
தலைமைப் பண்பு என்பது
பொறுப்புக்களை தான் மட்டும் சுமப்பதல்ல
மற்றவர்களுக்குப் பகிர்வதோடு
அவர்களை உருவாக்குவதே
என்ற ஆளுமையாளன்...
ஐந்தாம் வேதமாய் பண்ணிரண்டு
மாதங்களுக்கு ஒருமுறை மலரும் அரிய
குறிஞ்சி மலர் போன்ற பொக்கிசமே
இருபத்தி ஒன்றாம் நூற்றாண்டின்
அறுபத்து மூன்று நாயன்மார்களுக்கு
விழா எடுத்த நாயகனே
விண்ணும் மண்ணும் உள்ள
காலம் வரை நின்
சேவை வரலாறாகவே .....

13. மழலையும்மகிழ்வோம்

அன்பில் விளைந்த
ஆரமுதே உன்
அன்பிற்கு அகிலமும் அடிமை
இன்பத்தை தரும் இன்பரசியே
இனிமை தந்திடும் நின் தீண்டல்
ஆறாத காயங்களுக்கு அருமருந்தானவளே...

உள்ளத்தில் நுழைந்த கவலைகள் _ நின்
புன்னகையால் ஊழைத் தேடி ஓடிடும்
எல்லையில்லா பேரானந்தத்தை
ஏற்றிவரும் நங்கூரமனவளே
முக்கனியின் சுவை கூட்டி
நான்மறை வேதங்களாய் நின் பேச்சு
என்னை ஆளும் ஆளுமையாய்
என்னில் மலர்ந்து
மணம் வீசும் மல்லிகையே
புன்னகையால் பூரிப்பையும்
மழலை சிரிப்பால்
மத்தாப்பு மகிழ்ச்சியையும்
அள்ளி வழங்கிய என் அன்னையானவளே....
தென்றலின் தங்கையே
ஏழு ஸ்வரங்களுக்கும் நாயகியே...
நின் சிறுகை அளாவிய கூழ்
அமிழ்தினும் இனிது தேவாமிர்தம்
சிறு நடை பழகி மயக்குறு
பார்வையால் என் உள்ளத்தைக் கவர்ந்து
பேரழகி பட்டம் கொடுத்த
பல்கலைக்கழகமே....
மயக்குறு மழலையின்
பேச்சிற்கு மயங்காத
மானிடர் உண்டோ இம்மாநிலத்தே....

15. மழலைச்செல்வம்

கடவுள் தந்த அரிய வரப்பிரசாதம்
அன்பில் மலர்ந்த அழகின்சிரிப்பு...

மழலைச் சொல்லால்
மயக்கும் பூவானவள்...
கசப்பான காயங்களுக்கு
இனிப்பானவள்...
உறவுகள் தந்த
வலிகளுக்கு
மாத்திரையானவள்....
கல்லூரி செல்லாமல்
தேர்வு எழுதாமல்
வாங்கிய பட்டமானவள்...
பட்ட காயங்களுக்கு
ஒத்திடமாய்
ஒய்யாரமானவள்...
பிஞ்சு கரத்தினால்
அமுதூட்டும்
அமுதசுரபியானவள்....
அன்னையாய் அன்பைப் பொழியும்
அட்சயப் பாத்திரமானவள்....
மழலைச் செல்வத்திற்கு மிஞ்சிய
செல்வம்உலகினில் ....
சாதி ஒரு சாபக்கேடு
அன்பின் உயர்நிலை அன்பின் உயர்நிலை
சக மனிதனை நேசித்தலாம்ஆலயங்களில்
இறைவனைதரிசிக்கலாம் இறை தத்துவத்தை
மறந்தும் இன சாதி என்று ஈட்டியால்
குத்தப்பட்டு வாழும் மனிதனை உலகம்
ஒரு கொய்யாப் பிஞ்சு சிற்றெறும்பு ஆகியன

ஆம் மேல் கீழ் சாதி பார்ப்பது
தமிழ் மண்ணுக்கும்பண்பாட்டிற்கும்இழுக்கல்லவா
சாதி ஒரு சாபக்கேடு

செம்மொழி

பண்பாட்டில் உயர்ந்த மொழி - தமிழ்
பண்பாடுவதிலும் உலகிற் சிறந்த மொழி
பழமொழிகளுக்கெல்லாம் பழமொழி தமிழ்
பாரத தேசத்தின் உயர் செம்மொழி .....
சங்கம் வைத்து வளர்த்த மொழி —— தமிழ்
சரித்திரத்தில் மறையாத தங்கமொழி என்றும்
காலத்தால் அழியாத உயிர் மொழி —— தமிழ்
கண்ணியத்தால் என்றும் உயர்ந்த மொழி.......
புகழ்பெற்ற இலக்கியம் தந்த மொழி —— தமிழ்
பூமியில் புகழோடு பிறந்திட்ட பொன் மொழி
இயல் இசை நாடகம் ஏற்றமொழி
எந்நாளும் கவிஞர்களுக்கு
இனியதொரு இதயமொழி ....
இளங்கோவின் சிலம்பும்
திருத்தக்கரின் சிந்தாமணியும்
இளங்காதில் குண்டலங்களும் இனிதே குலுங்க
இலங்குகின்ற மேகலையும் கொண்ட தேவதையே...
நின்னை கூடி மகிழ குறிஞ்சியொடு கலித்தொகைக்குள்
கொங்குதேன் பாடலாகிய பாட்டும் தொகையும்
சுவை தரும் இருகணக்கு நூல்களும்
நதிகளை இணைக்கும் பாசமிகு உறவுகளான ....
பாரதியும் பாவேந்தரும் கவிச்சுவை கம்பரின்
காவியங்களும் திருமூலரின் திருமந்திரமும் ஆண்டாள்

திருப்பாவை உயரிய முப்பாற்கடலுள் மூழ்கியெடுத்த
......
முத்தான சத்தான திருக்குறள் உலகுக்கு
ஈந்தமொழி எம் உயரிய செம்மொழியாம்
தமிழ் மொழி தமிழ் மொழி தமிழ் மொழியே ....

அப்பா

அன்பை அடிமனதில்
பதுக்கி வைத்துள்ள
சேமிப்பு பெட்டகம்....
அப்பா என்றால்
வலிமை, நம்பிக்கை என்ற
வார்த்தைக்கு பொருள்
புரிய வைத்தவன்...
ஆக்கத்தின் ஆணிவேராய்
ஊக்கத்தின் ஊன்றுகோலாய்
எட்டுத்திக்கும் புகழ்
பரந்து விரிந்து வரவேண்டும் என்று
ஆசைப்படும் என்ரசிகன்...
தனக்கெனஉழைக்காத உழைப்பாளி
தான் பார்க்க உலகை
தன்மகன்காண வேண்டும் என்று
துடிக்கும் விஞ்ஞானி....
வயிற்றில் சுமந்த தன்மார்பில்
சுமக்கும் சுமைதாங்கி....

விலைமதிப்பற்ற பொக்கிஷம்.....
இந்த உலகிற்கு
என்னை அறிமுகம் செய்தவர்...
தந்தை என்றசொல்லுக்கு
இணை உண்டோ இவ்வையகத்தில்.... .

1. திருக்குவளை மண்ஈன்றெடுத்த தட்சிணாமூர்த்தி

அகிலம்ஆளும் பைந்தமிழ் போர் கருவியாய்
அஞ்சுகம் அம்மையார் வயிற்றில்
வளர்த்த கவிச் செல்வம்
முத்துவேல் தோளில் சுமந்த தமிழ்க்கனல்
தாய்மொழி மீது நரம்பில்
தமிழ்க் குருதி கொண்டு
திருக்குவளை மண்ஈன்றெடுத்த
தட்சிணாமூர்த்தி.....
நினைவலைகள் தொட்டுச் செல்லும்
தூய அன்புள்ளம்....
ஏற்றமிகு வாழ்வை முன்னெடுத்துச் செல்லும்
தன்னிகரில்லாத் தலைவன்
பகுத்துண்டு பல்லுயிர் ஓம்பி
கோவையில் செம்மொழி மாநாட்டின் தலைவன்
தலைவன்பண்புகளின் ஊற்றுக் கண்ணாடி
கலைமகள் அருள் பெற்ற அவதாரம்....
ஒலிக்கும் மங்கா விளக்கே
மொழி வளம் இயற்கை வளம்
மக்கள் நலம் என அனைத்தும்

உன் பொறுப்பில்
அரசுகள் ஆயிரம் வந்தாலும்
புதுமை சிறப்பு பெற்ற பல பெற்றாலும்
திட்டம் ஆயிரம் மனதில் வைத்து
திறமைகளை இங்கு
பலரை வளர்த்தாலும் புல்லுருவிகளை
புறம்தள்ளி புறப்பட்டு புது
உலகைப் படைத்திட்டஉதயசூரியன் ......
உதிக்கட்டும் ஒலிக்கட்டும் திசைதோறும்
முழங்கட்டும் தமிழிலில் எழுச்சியுறும்
தன்மான உணர்ச்சி
மனித மாண்பு காத்திடவே மாண்புமிக்க
மானிடனாய் திராவிடம் காத்தவனே
நீடூடி வாழ்க மீண்டுவா
தமிழகத்தை மீட்டெடுக்க வா ....

3.யாதும் ஊரே யாவரும் கேளீராய்

பிறப்பொக்கும் எல்லா உயிர்க்கும் என்ற
ஓர் அடிப்படை உயிரியல் உண்மையை
வள்ளுவர் வாழ்வியல் விழுமியமாக கருதிய
நற்கருத்தை உள்ளத்தில் ஊக்கமுடன் ஏற்றிடுவோம்
பிறப்பினால் உயர்வு தாழ்வு பார்க்கும்
மண்ணில் சமூகச் சூழலில் அய்யனின்
அமுதமொழி முத்தாகவும் சத்தாகவும் உள்ளது

இவ்வாசகம் நிராயுதபாணியின்
ஆயுதமாக அச்சாரமாக
அன்பினால் தழைத்தோங்கி
ஆற்றலுடன் வாழ்வோம்
இன்ப வாழ்வு வாழ இயலாமையை
ஈகை கொண்டு விரட்டிடுவோம் மண்ணில்
உண்மை உள்ளத்துடன்
உயர்வான எண்ணத்துடன்
ஏணியாய் தோணியாய் ஓங்கு புகழ்
நிலையடைய ஒய்யாரமாய்
உழைத்து வழிகாட்டியாய்
ஔசதமின்றி வாழ்வு பெற்று மகிழ்வோம்
யாதும் ஊரே யாவரும் கேளீராய்

3.கயல்விழிப் பார்வை

அன்னை தந்திட்ட உடலில்
ஆண்டவன் படைத்த அரும்பெரும் பரிசானவளே
இயற்கை எழிலை வானவில்லின் அழகை
மழலையின் மத்தாப்புச் சிரிப்பை
மதியின் அழகை படம்பிடிக்கும்
மாசற்ற புகைப்படக் கருவியே....
உள்ளங்களைப் படமெடுக்கும்
படச்சுருளே எண்ணங்களுக்கு
வண்ணம் தீட்டிய
எழில்மிகு தேவதையே...
ஒற்றைப் பார்வையால்
அகத்தை மதிப்பிடும்
மாமருந்தானவளே

மகத்துவமானவளே..
விண்ணும் மண்ணும்
நீயில்லையெனில்.....

4. பார் போற்றும் பாரதி

அன்னை காளியின் அருமை மைந்தனே
அறம்பாட வந்த அக்னி புத்திரனே
ஆர்கடலும் ஒலி எழுப்பும் நின்பெயரை
இன்னமுதாய் கவிதை படைத்து
ஊக்கமுடன் உலாவிய முண்டாசுக் கவி...
எழுத்தறிவிக்க கலைமகளால்
அனுப்பப்பட்ட அவதாரம்...
ஏங்குவோர்க்கு உரிமைக்குரல் கொடுத்த
எட்டையபுரத்து எஜமானன்...
மீசைக்கவிஞர் பத்திரிக்கையாளர் எழுத்தாளர்
பன்முகம் கொண்டு கறுப்பு
அங்கிக்குள்ளிருந்ததேசியகவியே
தேமதுரத் தமிழோசையை
சுதந்திரக்காற்றை காட்டுத்தீயாய்
சுதந்திர கனலாய் அனலாய்
கவிதை படைத்து பிஞ்சு நெஞ்சங்களில்
இலட்சிய நெருப்பை
பற்றவைத்த சூரியனே....
உயிர்களிடம் அன்புகாட்டி
ஊருக்கு நல்லறம்
நீதி நேர்மை தைரியத்தை ஊட்ட
கடவுளால் அனுப்பப் பட்ட
இறை தூதுவனே...

எண்ணங்களை உயர்வாக்கிய
எட்டையபுரத்து அரிமா
ஏறுபோல் நடந்து ஐ ம்பொறிகளை இயக்கி
ஒற்றுமை உணர்வை
தேசப்பற்றை மொழிப்பற்றை
மக்கள் மனதில் விதைத்திட்ட புரட்சியாளனே....
ஓங்கு புகழ் ஞானத்தால்
தாய்மொழியை யாமறிந்த
மொழிகளிலே தமிழ்மொழி போல்
இனிதாவது எங்கும் காணோம் என்று
தமிழ்மொழிக்கு புகழ் சேர்த்த பெருந்தகையே....
அஞ்சாமல் வாழ்ந்த அக்னிப் பறவையே
வையத்தலைமை கொண்டு
தமிழாலும் தமிழுக்காகவும்
வாழ்ந்த மகானே நீயில்லாது மொழியில்லை
உன்னால் வையத்தில்
தமிழுணர்வில்லாத மனிதருமில்லை
சிந்தனை உரத்தால்
சீர்மிகு விடுதலைக்கு
செந்தமிழ் பாட்டால் எழுச்சி
நீர் பாய்ச்சிசெந்தமிழ் பாக்களை
தீச்சுடராய் வடித்தசிற்பியே
காலத்தால் உறங்கிய பின் கண்டெடுத்த சொத்தே
தமிழ்மண் ஈன்றெடுத்த
நற்பெருங் கவியே
தீட்டிய கவியால்
சாதிமத இனபேதம்

ஓட்டிய பாரதிக்கு நிகர்
உண்டோ புவிதனில்....

5. உனக்கானசிறகை நீயே விரி

அன்பைப் பொழியும்
அட்சய பாத்திரம்
கருணை வாழ்வின்
கற்பகவிருட்சம்
ஆரமுதாய் உருவானநித்திலம்
ஆக்கத்திற்குஅடித்தளமிடும்அன்பரசி_
தன் இன்பத்தை மட்டும்
உணராத இல்லத்தரசி
ஈகை குணம் படைத்த எழிலரசி
உள்ளொன்று வைத்து
புறம் பேசாதஉத்தமியாய்
ஏணியாய்எளிமையின்சின்னமாய்
எழில் பெற்றசோலையாய்
ஏக்கங்களைத்தேக்கங்களாக்கி
ஏணியாய் பிறர் நலம் விரும்பியே........
ஐயம் களையும்அமுதமாய்
ஔவை சொன்ன தையலாய்
ஓங்கு புகழ் பெற்ற சிகரமாய்
ஔசதமின்றி வாழ வழி
வழிகாட்டும் மருத்துவராய்
மண்ணுக்குள் மறைந்து இருக்கும்
வேர் போல ஒவ்வொரு ஆணின்
வெற்றிக்குப் பின்னால் மறைந்திருக்கும்
மனையறத்தின்வேரே....

மாசில்லாவீணையே

ஆசிரியராய் எழுத்தாளராய் வீர மங்கையாய்

கருவாகிஉயிராகி உணர்வாய் தாயாய்

தோழியாய் பன்முகம் கொண்ட

பராசக்தியே அகிலமும் நீதான்.......

உனக்கானசிறகை நீயே விரி

வெற்றியின் முகவரி விருதுகளாய்

உன்னை வந்தடையும்....

இமயம் உயரமுமல்ல இருக்கும்

எவையும்துயரமும் அல்ல.....

6. தன்னம்பிக்கை

மனிதா இதுவும் கடந்து போகுமென்று

முயற்சி செய்யாமல் இருந்து விடாதே

பதடியாகிவிடும் உன்_ வாழ்க்கை ...

ஞமலிபோல் விரித்திடு

உன் லட்சிய சிறகை

உலகமே உன்னை அறியும்படி....

மனமே கலுழ் என்னும்

காலனைத் துரத்து

பிரபஞ்சமே மிகச்சிறிய

அணுவுள் இருக்கையிலே....

எல்லா மூங்கில்களும் பு

ல்லாங்குழல் ஆவதில்லை

துமுலத்தை தூர வை....

அழகிய வாழ்க்கை வண்ணமயமான

வாழ்வை மாறல் கொள்....

திணிசு என்னும் அரக்கனை இந்த

தரணியிலே இல்லாமல் ஆக்கிவிடு .....
பலுக்கு உன் வாழ்க்கையே பாழாகிவிடும்
பகட்டில்லாமல் பயணம் செய்...
தீரத்துடன் முன்னேறு
இமயம் உயரமும் அல்ல
இருக்கும் எதுவும் துயரமும் அல்ல .....
உன் கவலைகளை துவளிதம் செய்
தன்னம்பிக்கை என்ற
தாரக மந்திரத்தால்.....
உன் ஆறாம் விரல்
தேசு வாகட்டும்
புதிதாய் ஐந்தாம் வேதம் படை...
நீ முரம்பு தடைகள் வந்தாலும்
படிக்கற்களாக மாற்றி விடுவாய் ...
மதியின் சிகரமே சிந்தனையைப்
பெருக்கு வெற்றி பாதையை
வகுத்து ஒச்சமாய் வாழ்....

7. நான்வீழ்வேனென்றுநினைத்தாயோ

இறைவன் நியதியில் நிரந்தரமானது _ மலை
நான் போன்றவள் மலை...
உயர்ந்த எண்ணங்களைச் சுமப்பவள்
ஏற்றம் என்பது இறைவன் வழங்கும் பரிசு
இறக்கம் என்பது இறைவன் செய்யும் சோதனை
இரண்டையும் தராசை போல் எதிர்கொள்கிறேன்.....
வீழ்ச்சியில் கலக்கமும்
எழுச்சியில் மயக்கமும் கொள்ளாமல்
பகுத்தறிவு சிந்தனையோடு

வெற்றியை நோக்கி நகர்ந்து கொண்டிருக்கிறேன்....
வெற்றியை நோக்கி நகர்வதே
வாழ்வை நோக்கிய என் பயணம்.......
ஜனனம் தகப்பனின் படைப்பு
மரணம் ஆண்டவனின் அழைப்பு
இடைப்பட்ட வாழ்வை அரிதாரம் பூசாத
நடிப்பாய்யிருக்க தாதாசாகிப்பால்கே
விருதும் பெற்றுவிட்டேன்...
பட்டங்கள் பல பெற்றாலும்
பகட்டில்லாமல் பயணம்...
சரஸ்வதியின் கைப்பிடித்து
அறிவென்னும் அனுபவக் கல்வியை
நந்தா விளக்கின் சுவாலைகளாய்
சுடர் விட்டுக் கொண்டிருக்கிறேன்....
எத்தனை தடைகள் வந்தாலும்
படிக்கற்களாக மாற்றி விடுவேன்
ஏழ்மை என்பது இறைவனால் நிர்ணயிக்கப்பட்ட அல்ல
நம்மால் தீர்மானிக்கப்படுவது
நான் வான் நோக்கி என் சிறகுகளைச்
சிலாகித்துக் கொண்டிருக்கிறேன்...
அனைத்தையும் கடந்து வெற்றித்தடம்
பதிக்க விரைந்து கொண்டிருக்கிறேன்...
வெற்றி என்ற வெளிச்சத்தை
நோக்கி நகர்ந்து கொண்டிருக்கிறேன் ...
நான் நிரந்தரமானவன் அல்ல
நான் அருவி விழுந்தாலும்
என் பயணம் இலக்கை

நோக்கியதாகவே ஓடிக்கொண்டிருக்கும்
நான் வீழ்வேனென்று நினைத்தாயோ.....

8.சித்திரையேநிலவே

சித்திரையே சீர்மிகு சித்திரையே நீ
நித்திரை களைய வருக வருகவே...
முக்கனி சுவையாய் முக்கியத்துவம் வாய்ந்த
முத்தான மாதமானவளே
முழு நிலவானவளே...
மக்கள் மனதில் புத்துணர்ச்சி மகிழ்ச்சியையும்
உண்டாக்க வா உள்ளன்போடு வா..
மாபெரும் சாதனையும்
சாகசமும் செய்திடவும்
இத்தரையில் ஜொலிக்க
வா ஜொலிக்க வா
நல்லோர் வாழ்வில்
விடியலாய் கலங்கரை விளக்கமாய்
பொல்லாங்கு செய்பவர்களை பொசுக்க வா
தீ நுண்கிருமியை
சுட்டெரிக்க நீ சுடர்
ஒளியாய் வருகவே விரைவில் வருகவே...
மழலையின் மனதில்
மகிழ்ச்சியையும்
கனவுகளோடு காத்திருக்கும் இளைஞர்கள்
வாழ்வில் இன்பத்தை ஈந்திட வா
துள்ளித்திரியும் குழந்தைகளின்
வாழ்வில் குதூகலத்தை கொண்டுவா
சிரமங்களை களையவே சீர்படுத்த வா

சீர்மிகு சித்திரையே வருக வருகவே
எதிர்நீச்சல் போடும் ஏழைகளின்
வாழ்வில் விடியலாய்
கொன்றை மலர் போலே
அனைவர் மனதையும்
கவரும் பக்குவத்தை சொல்லித் தர வா
பௌர்ணமிக்கு இலக்கணமாய்
பௌவியமாய் இருப்பவளே..
இத்தரையில் சித்திரையே வருக வருகவே..

9:ஏர்பிடிக்கும்இன்பம்

அகில விழித்தெழக் காரணம்
ஆதவன் வருகை புரிவதினால்....
சூரியன் உதிக்கும் முன்னே
சேற்றில் கால் வைத்து...
கையிலே பிடித்து
கம்பீரமாக செல்பவன் விவசாயி...
உயிர் கொடுப்பவன் இறைவன் ...
உணவு கொடுப்பவன் உழவன்...
நிலத்தைத் தேர்வு செய்து நித்தமும்
நெற்றி வியர்வை நிலத்தில் விழ..
நீர் பாய்ச்சி அறுவடை செய்து
கதிர் அறுத்து களத்துமேட்டில் வைக்கும்
கலங்காத உள்ளம் படைத்த காவியத்தலைவன்..
விளைநிலத்தின் உயிர்நாடி அவர்கள்
உறங்கினால்நாம் நாடோடிகள்
நாட்டின் முதுகெலும்பு
நம் விவசாயிகள்.... விவசாயிகள்

விதைகளை நிலத்தில் மட்டும் தூவட்டும்...
நாம் குழந்தைகள் மனதில்
விவசாயம் பற்றியஅறிய
விதைகளை விதைப்போம்.
.. உணவின்றி உயிர்வாழ இயலாது...
இறைவனை போற்றிப் புகழ்வோம் அதுவே...
நம் தலைமுறைக்கு அழகு
உழவோர் என மக்களால் போற்றிடும்
விவசாயிகள் இருக்கும் வரை
நாடே நலன் பயக்கும்.....

10. எண்ணுவது உயர்வு

எண்ணுவது உயர்வாக இருந்தால்
நம் வாழ்க்கை
திண்ணமாகவும்
வண்ணமயமானதாகவும் இருக்கும் ...
வாழ்க்கை கற்றுக் கொள்வதில்
குழந்தை போல் இருக்க வேண்டும் ...
குழந்தைக்கு அவமானம்
வெகுமானம் தெரியாது ...
விழுந்தவுடன் எழுந்து
திரும்பவும் நடப்பது போல
நிறைவான வாழ்க்கை என்பது
இன்பத்தைப் போலவே
துன்பத்தையும் ஏற்றுக்கொண்டு
எதார்த்தமாக வாழ்வதே...
ஆசைப்படுவதற்குத்
தகுதி தேவையில்லை

அடைவதற்கான தகுதியைப்
உருவாக்கிக் கொள்....
தயங்கும் இடம் மட்டுமே
தடைகளாகத் தெரியும்..
துணியும் இடமெல்லாம்
தடைகள் தூசிகளாய்த் தெரியும் ..
பிறரின் உணர்வுகளை மதிப்பவன்
பிறர் மனங்களை தொடுகிறான்...
மீதிப்பவன் தன்னையே அழிக்கிறான் ...
தொடர்ந்து முயன்று கொண்டே இருங்கள்
முடியாதவை கூட இலகுவாக முடிந்துவிடும் ...
முயற்சியின் தொல்லை தாங்காமல் ....
அவசரத்தில் தவறான
முடிவை எடுப்பதை விட
நிதானமாக சரியான முடிவை எடுப்பதே
அறிவார்ந்த செயல் ஒருவருக்கு பிறரை
எதிர்க்கும் ஆற்றல் இருந்தாலும் அவர் செய்யும்
பிழைகளைப் பொறுத்துக் கொள்பவனே
உயர்ந்த மனிதன்
சூழ்நிலைகளை விளக்கிக் கூறி
நேரத்தை வீணடிக்காதே...
நம்மை புரிந்தவருக்கு தானாகப் புரியும்...
புரியாத அவருக்கு எப்போதும் புரிவதில்லை...
எல்லாம் தெரியும் என்று சொல்பவர்களைவிட
என்னால் முடியும் என்று முயற்சிபவரே
வாழ்வில் ஜெயிக்கிறார்கள்
ஜொலிக்கிறார்கள் ....

மனம் திறந்து பேசுவதற்கு
மனிதர்களை சம்பாதியுங்கள்..
மனம் நிறைந்து வாழ்வதற்கு வழி கிடைக்கும்..
விட்டுக்கொடுப்பது வாழ்க்கைக்கு நல்லது...
விடாமல் முயற்சிப்பது
வாழ்வதற்கு நல்லது ..
உறவுகள் படர்வதற்கு
மனங்களை சம்பாதித்தால்
தொடர்வதற்கு வருகின்ற துயரங்கள்...
தொடுவதற்கு பயந்து
வழிவிடுவதற்கு வழிதேடும்..
வெற்றிக்காகப் போராடும் போது வீண் முயற்சி
என்கின்ற உலகம்
நாம் வெற்றி பெற்ற பின்
விடாமுயற்சி என்றுஉரைக்கும்
வண்ணம் இல்லையென்றால்
வானவில்லுக்கு அழகில்லை
நல்ல எண்ணம் இல்லை என்றால்
வாழும் வாழ்க்கைக்கு பயனில்லை...

11.அகிலமது விழித்தது கதிரவன் உதித்ததனால் ,
ஆ வினங்கள் ஒலியெழுப்பி
ஆரவாரம் செய்தனவே |
இ லையசைவில் தென்றல்வந்து
நடைபயின்று சென்றதனால் ,
ஈ டற்ற இன்னிசையை
புள்ளினங்கள் இசைத்தனவே |

உ ழவரெல்லாம் கலப்பையேந்தி
கழனிநோக்கி நடந்ததனால் ,
ஊ க்கமுடன் மங்கையரும்
உதவிடவே சென்றனரே I
எ ருதினங்கள் ஏர்பூட்டி
உழவுசெய்ய சேற்றில் கால்வைக்க
விரைந்ததனால் ,
ஏ ற்றப்பாட்டும் , நடுகைப்பாட்டும்
எங்கணுமே ஒலித்தனவே |
ஐ ந்திணையில் அருமையான
மருதமது செழித்ததனால் ,
ஒ ற்றுமையாய் பயிர்விளைத்தோர்
உற்சாகமாய் திரண்டனரே |
ஓ ரணியாய் உழைத்துயிங்கு
நல்விளைச்சல் கிடைத்ததனால் ,
ஔ வியமின்றி அகமகிழ்வு
கொண்டிங்கு வாழ்த்துகின்றார்

11.வாழ்க்கை

மனிதா இதுவும் கடந்து போகுமென்று
முயற்சி செய்யாமல் இருந்து விடாதே
பதடியாகிவிடும் உன்_ வாழ்க்கை ...
ஞமலிபோல் விரித்திடு
உன் லட்சிய சிறகை
உலகமே உன்னை அறியும்படி....
மனமே கலுழ் என்னும் காலனைத் துரத்து
பிரபஞ்சமே மிகச்சிறிய
அணுவுள் இருக்கையிலே....

எல்லா மூங்கில்களும்
புல்லாங்குழல் ஆவதில்லை
துமுலத்தை தூர வை....
அழகிய வாழ்க்கை வண்ணமயமான
வாழ்வை மாறல் கொள்....
திணிசு என்னும் அரக்கனை இந்த
தரணியிலே இல்லாமல் ஆக்கிவிடு .....
பலுக்கு உன் வாழ்க்கையே பாழாகிவிடும்
பகட்டில்லாமல் பயணம் செய்..
தீரத்துடன் முன்னேறும்
இமயம் உயரமும் அல்ல
இருக்கும் எதுவும் துயரமும் அல்ல .....
உன் கவலைகளை துவளிதம் செய்
தன்னம்பிக்கை என்ற தாரக மந்திரத்தால்.....
உன் ஆறாம் விரல் தேசு வாகட்டும்
புதிதாய் ஐந்தாம் வேதம் படை...
நீ முரம்பு தடைகள் வந்தாலும்
படிக்கற்களாக மாற்றி விடுவாய் ...
மதியின் சிகரமே சிந்தனையைப்
பெருக்கு வெற்றி பாதையை
வகுத்து ஒச்சமாய் வாழ்....

12. தலைமைப் பண்பு

அன்பின் ஆறாம் திணை
அண்டம் ஆளும் தலைமையின் ஊற்று...
ஆற்றல் என்ற சொல்லின்
அருந்தமிழ் புதல்வன்
ஆக்கத்தின் இருப்பிடம்

வற்றாத நதியாய் நீவீர்....
தமிழரின் வீரம்
தமிழரின் எழுச்சி நாயகனே..
தமிழரின் தன்மானம்
தமிழரின் அடையாளமே
வீரத்தின் விளைநிலமே...
சூழ்நிலைகளைப் புரட்டிப் போட்டு
சுயசரிதம் படைத்துக் கொண்டிருப்பவரே.....
பேராற்றலின் இலக்கணம்
தலைமைப் பண்பு என்பது
பொறுப்புக்களை தான் மட்டும் சுமப்பதல்ல
மற்றவர்களுக்குப் பகிர்வதோடு
அவர்களை உருவாக்குவதே
என்ற ஆளுமையாளன்...
ஐந்தாம் வேதமாய் பண்ணிரண்டு
மாதங்களுக்கு ஒருமுறை மலரும் அரிய
குறிஞ்சி மலர் போன்ற பொக்கிசமே
இருபத்தி ஒன்றாம் நூற்றாண்டின்
அறுபத்து மூன்று நாயன்மார்களுக்கு
விழா எடுத்த நாயகனே
விண்ணும் மண்ணும் உள்ள
காலம் வரை நின்
சேவை வரலாறாகவே .....

13. மழலையும்மகிழ்வோம்

அன்பில் விளைந்த
ஆரமுதே உன்
அன்பிற்கு அகிலமும் அடிமை

இன்பத்தை தரும் இன்பரசியே
இனிமை தந்திடும் நின் தீண்டல்
ஆறாத காயங்களுக்கு அருமருந்தானவளே...
உள்ளத்தில் நுழைந்த கவலைகள் _ நின்
புன்னகையால் ஊழைத் தேடி ஓடிடும்
எல்லையில்லா பேரானந்தத்தை
ஏற்றிவரும் நங்கூரமனவளே
முக்கனியின் சுவை கூட்டி
நான்மறை வேதங்களாய் நின் பேச்சு
என்னை ஆளும் ஆளுமையாய்
என்னில் மலர்ந்து
மணம் வீசும் மல்லிகையே
புன்னகையால் பூரிப்பையும்
மழலை சிரிப்பால்
மத்தாப்பு மகிழ்ச்சியையும்
அள்ளி வழங்கிய என் அன்னையானவளே....
தென்றலின் தங்கையே
ஏழு ஸ்வரங்களுக்கும் நாயகியே...
நின் சிறுகை அளாவிய கூழ்
அமிழ்தினும் இனிது தேவாமிர்தம்
சிறு நடை பழகி மயக்குறு
பார்வையால் என் உள்ளத்தைக் கவர்ந்து
பேரழகி பட்டம் கொடுத்த
பல்கலைக்கழகமே....
மயக்குறு மழலையின்
பேச்சிற்கு மயங்காத
மானிடர் உண்டோ இம்மாநிலத்தே....

15.மழலைச்செல்வம்

கடவுள் தந்த அரிய வரப்பிரசாதம்
அன்பில் மலர்ந்த அழகின்சிரிப்பு...
மழலைச் சொல்லால்
மயக்கும் பூவானவள்...
கசப்பான காயங்களுக்கு
இனிப்பானவள்...
உறவுகள் தந்த
வலிகளுக்கு
மாத்திரையானவள்....
கல்லூரி செல்லாமல்
தேர்வு எழுதாமல்
வாங்கிய பட்டமானவள்...
பட்ட காயங்களுக்கு
ஒத்திடமாய்
ஓய்யாரமானவள்...
பிஞ்சு கரத்தினால்
அமுதூட்டும்
அமுதசுரபியானவள்....
அன்னையாய் அன்பைப் பொழியும்
அட்சயப் பாத்திரமானவள்....
மழலைச் செல்வத்திற்கு மிஞ்சிய
செல்வம்உலகினில் ....
சாதி ஒரு சாபக்கேடு
அன்பின் உயர்நிலை அன்பின் உயர்நிலை
சக மனிதனை நேசித்தலாம்ஆலயங்களில்
இறைவனைதரிசிக்கலாம் இறை தத்துவத்தை

மறந்தும் இன சாதி என்று ஈட்டியால்
குத்தப்பட்டு வாழும் மனிதனை உலகம்
ஒரு கொய்யாப் பிஞ்சு சிற்றெறும்பு ஆகியன
ஆம் மேல் கீழ் சாதி பார்ப்பது
தமிழ் மண்ணுக்கும்பண்பாட்டிற்கும்இழுக்கல்லவா
சாதி ஒரு சாபக்கேடு

செம்மொழி

பண்பாட்டில் உயர்ந்த மொழி - தமிழ்
பண்பாடுவதிலும் உலகிற் சிறந்த மொழி
பழமொழிகளுக்கெல்லாம் பழமொழி தமிழ்
பாரத தேசத்தின் உயர் செம்மொழி …..
சங்கம் வைத்து வளர்த்த மொழி — தமிழ்
சரித்திரத்தில் மறையாத தங்கமொழி என்றும்
காலத்தால் அழியாத உயிர் மொழி — தமிழ்
கண்ணியத்தால் என்றும் உயர்ந்த மொழி…….
புகழ்பெற்ற இலக்கியம் தந்த மொழி — தமிழ்
பூமியில் புகழோடு பிறந்திட்ட பொன் மொழி
இயல் இசை நாடகம் ஏற்றமொழி
எந்நாளும் கவிஞர்களுக்கு
இனியதொரு இதயமொழி …….
இளங்கோவின் சிலம்பும்
திருத்தக்கரின் சிந்தாமணியும்
இளங்காதில் குண்டலங்களும் இனிதே குலுங்க
இலங்குகின்ற மேகலையும் கொண்ட தேவதையே…
நின்னை கூடி மகிழ குறிஞ்சியொடு கலித்தொகைக்குள்
கொங்குதேன் பாடலாகிய பாட்டும் தொகையும்
சுவை தரும் இருகணக்கு நூல்களும்

நதிகளை இணைக்கும் பாசமிகு உறவுகளான ....
பாரதியும் பாவேந்தரும் கவிச்சுவை கம்பரின்
காவியங்களும் திருமூலரின் திருமந்திரமும் ஆண்டாள்
திருப்பாவை உயரிய முப்பாற்கடலுள் மூழ்கியெடுத்த
....
முத்தான சத்தான திருக்குறள் உலகுக்கு
ஈந்தமொழி எம் உயரிய செம்மொழியாம்
தமிழ் மொழி தமிழ் மொழி தமிழ் மொழியே ....

www.ingramcontent.com/pod-product-compliance
Lightning Source LLC
LaVergne TN
LVHW041716060526
838201LV00043B/764

* 9 7 9 8 8 8 6 6 7 8 3 8 3 *